(இளம் எழுத்தாளர்)

என் தமிழ்ப் பற்றை வளர்த்தெடுத்த என் பெற்றோர், எனக்குத் தமிழ்க் கற்றுக் கொடுத்த என் தமிழ்ப் பள்ளி ஆசிரியர்கள், வெளிநாடுகளில் வாழ்ந்தாலும் தமிழை வளர்க்கப் பாடுபடுபவர்கள் ஆகிய அனைவருக்கும் இந்தப் புத்தகத்தைக் காணிக்கை ஆக்குவதில் மகிழ்கிறேன். அனைவருக்கும் நன்றி!

அனன்யா சுவாமிநாதன்

தமிழரசி தன் குடும்பத்துடன் அமெரிக்காவின் போஸ்டன் நகரத்தில் வசிக்கிறாள். ஐந்தாம் வகுப்பில் படிக்கும் அவளுக்குப் பத்து வயது ஆகிறது. தமிழ்ப் பள்ளிக்கும் ஐந்து ஆண்டுகளாகச் சென்றுகொண்டு இருப்பதால், தமிழில் சரளமாகப் பேசுவாள்.

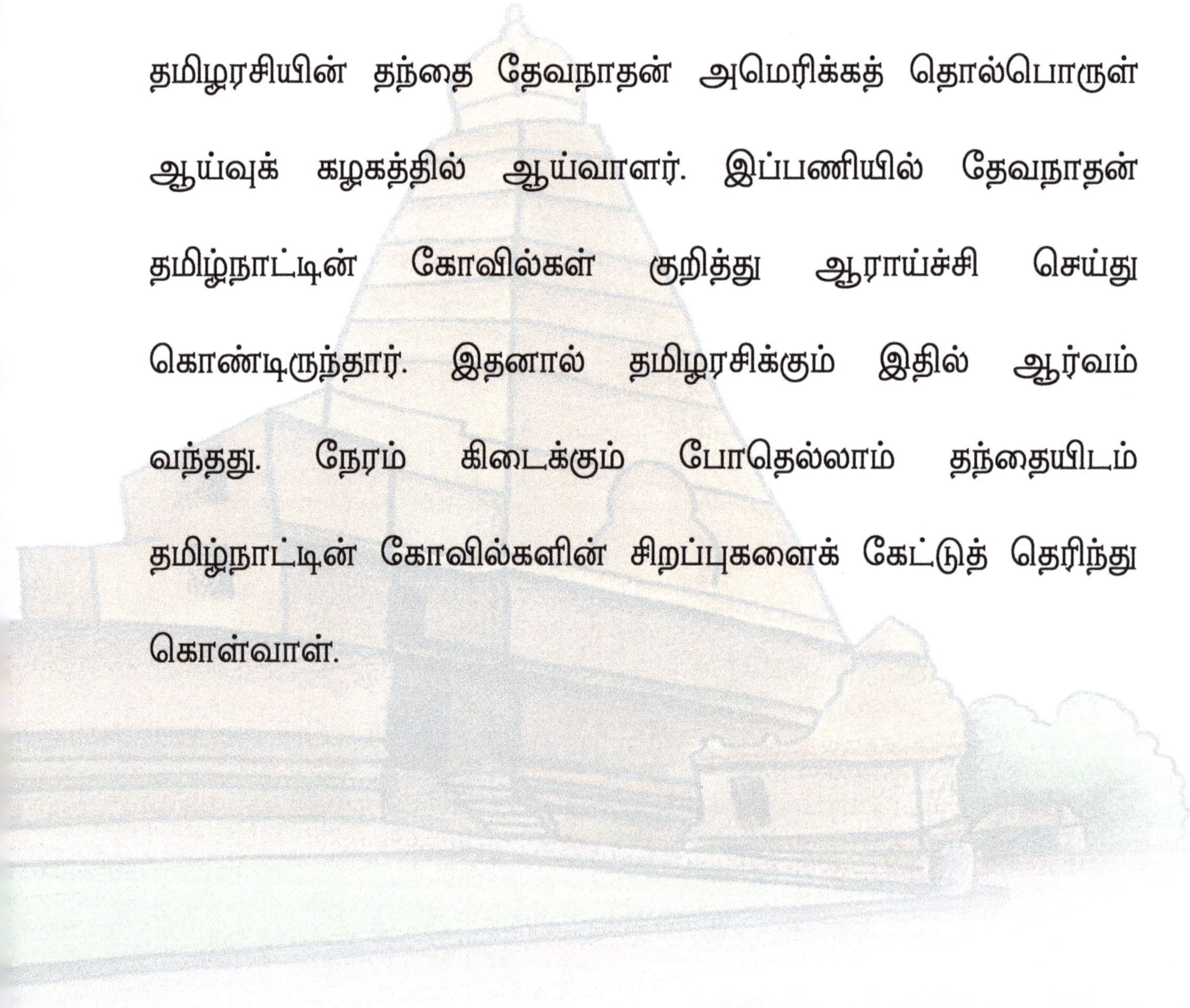

தமிழரசியின் தந்தை தேவநாதன் அமெரிக்கத் தொல்பொருள் ஆய்வுக் கழகத்தில் ஆய்வாளர். இப்பணியில் தேவநாதன் தமிழ்நாட்டின் கோவில்கள் குறித்து ஆராய்ச்சி செய்து கொண்டிருந்தார். இதனால் தமிழரசிக்கும் இதில் ஆர்வம் வந்தது. நேரம் கிடைக்கும் போதெல்லாம் தந்தையிடம் தமிழ்நாட்டின் கோவில்களின் சிறப்புகளைக் கேட்டுத் தெரிந்து கொள்வாள்.

தமிழ்நாடு தொல்பொருள் ஆய்வுக் கழகத்திலிருந்து, இரண்டாண்டுகள் தமிழ்நாட்டில் தங்கி பணி புரிவதற்கான வாய்ப்பு தேவநாதனுக்குக் கிடைத்தது. தந்தையை விடத் தமிழரசிக்கு இரட்டிப்பு மகிழ்ச்சி. தமிழ்நாட்டின் கோவில்களை நேரில் காணலாம் அல்லவா! தமிழரசி குடும்பத்துடன் சென்னை சென்றாள்.

முதலாகத் தஞ்சைப் பெருவுடையார் (பிரகதீஸ்வரர்)
கோவிலுக்குச் சென்றார்கள். பெரிய கோவில் என
அழைக்கப்படும் இக்கோவிலை நேரில் கண்டதும் தமிழரசி
வியந்து போனாள்.

ஒரே கல்லில் செய்த 60-டன் எடையுள்ள கும்பம்,
ஒரே கல்லில் செய்த 20-டன் எடையுள்ள நந்தியின்
சிலை, சுவற்றில் தீட்டப்பட்ட அழகான ஓவியங்கள்
என்று ஆயிரம் ஆண்டுகளுக்கு முன் கட்டப்பட்ட
இக்கோவிலின் சிறப்புகள் ஏராளம்.

ஆனால், தேவநாதனும் அவர் குழுவும் இங்கு வந்த நோக்கமே வேறு.

இங்கு ஏராளமான புதையல் இருப்பதாகக் கூறுகிறார்கள் ஆய்வாளர்கள். அதைத் தேடிக் கண்டுபிடிக்கத்தான் வந்திருக்கிறார்கள்.

தமிழரசிக்கு இந்த உண்மை ஓரளவிற்குத் தெரியும். இருந்தாலும், அவள் கோவிலின் சிறப்பைக் கண்டு பூரித்துப் போய் இருந்தாள். சோழர்களின் வரலாறு கண்ணெதிரே தோன்றியது போல இருந்தது.

தந்தையுடன் நடந்து கொண்டு இருந்தவள், திடீரென்று கையை உதறிவிட்டு ஓடத் தொடங்கினாள். கோவிலின் சுவரை ஒட்டி வேகமாக நடக்கத் தொடங்கினாள்.

அங்கேயே நின்றாள்! அசையாமல் கவனமாகக் காதை சுவரில் வைத்தபடி சற்று மெதுவாக நடந்தாள். ஒரு இடத்தில், சுவரின் கற்களுக்கு நடுவிலிருந்து மெலிதாய்க் காற்று வருவதை உணர்ந்தாள்.

கற்களுக்கு நடுவில் சற்று இடைவெளி இருந்தது. தன் விரல்களை இடைவெளியில் வைத்துக் கற்களைச் சிரித்துக் கொண்டே அகற்ற முயன்றாள்.

அடுத்த நொடியே நின்று இருக்கும் தரை பிளப்பது போல் ஒரு சத்தம் கேட்டது. தொப்பென்று ஒரு குழியில் விழுந்தாள்! அதிர்ந்து போய், "அப்பா!" என்று அலறினாள்.

ஆனால், ஒரு சுரங்கம் போல் இருக்கும் குழியில் விழுந்ததால், அவளின் அலறல் வெளியே கேட்கவில்லை. அச்சம் உற்றவள் சற்றுச் சமாளித்துக் கொண்டு, தான் எங்கு இருக்கிறோம் என்று சுற்றும் முற்றும் பார்த்தாள். அவளால் நம்ப முடியவில்லை.

அவள் விழுந்ததோ பொற்காசுகளால் விரிந்திருக்கும் கம்பளம். எங்கு பார்த்தாலும் ஜொலிக்கும் தங்க சிலைகள், வைரம் பதித்த தங்க நகைகள்.

அவளுக்கு உடனே தன் தந்தையிடம் காட்ட வேண்டும் என்ற ஆர்வம் எழுந்தது. வெளியே எப்படிச் செல்வது என்று நினைக்கும் போது, தந்தையின் குரல் கேட்டது. உடனே, குரல் கேட்கும் திசையில் சென்றாள்.

தந்தையைக் குகை வாயிலில் கண்டதும் மகிழ்ச்சியில் 'அப்பா... அப்பா' என்று உரக்கக் கூவி கையில் இருக்கும் காசை நீட்டினாள். தேவநாதன் மகள் கிடைத்த மகிழ்ச்சியில் காசைக் கவனிக்கவில்லை.

தமிழரசி மீண்டும் கையை நீட்டி காசைக் காட்டினாள். 'இது என்ன?', என்று கேட்டார் தேவநாதன். 'அப்பா, நீங்கள் தேடிக் கொண்டிருக்கும் புதையல் இங்கு தான் இருக்கிறது', என்றாள் தமிழரசி.

நம்பமுடியாமல், தமிழரசியைத் தூக்கி நிறுத்தியபடி தங்கக்காசை வாங்கித் தமிழரசியைக் கட்டிபிடித்தபடி உற்றுப் பார்த்தார். 'இது எப்படி முடிந்தது? பல ஆண்டுகளாகத் தேடிக் கண்டுபிடிக்க முடியாத புதையலை ஒரு சிறுமி கண்டு பிடித்து விட்டாளா?' மகிழ்ச்சி கலந்த வியப்பு.

தன் உடன் ஆய்வாளர்களை வரச்சொன்னார். அவர்கள் குகைக்குள் சென்று பார்த்து வியந்து போனார்கள். ஒரு வாரத்தில் அரசு அதிகாரிகள் புதையலை மதிப்பிட்டார்கள். சொத்தின் மதிப்பு ஒரு லட்சம் கோடி ரூபாய்.

தேவநாதனின் புகழ் மட்டும் இல்லாமல் தமிழரசியின் பெயரும் உலகம் முழுவதும் செய்தித்தாள்களிலும் தொலைகாட்சிச் செய்திகளிலும் பரபரப்பாய் பேசப்பட்டது.

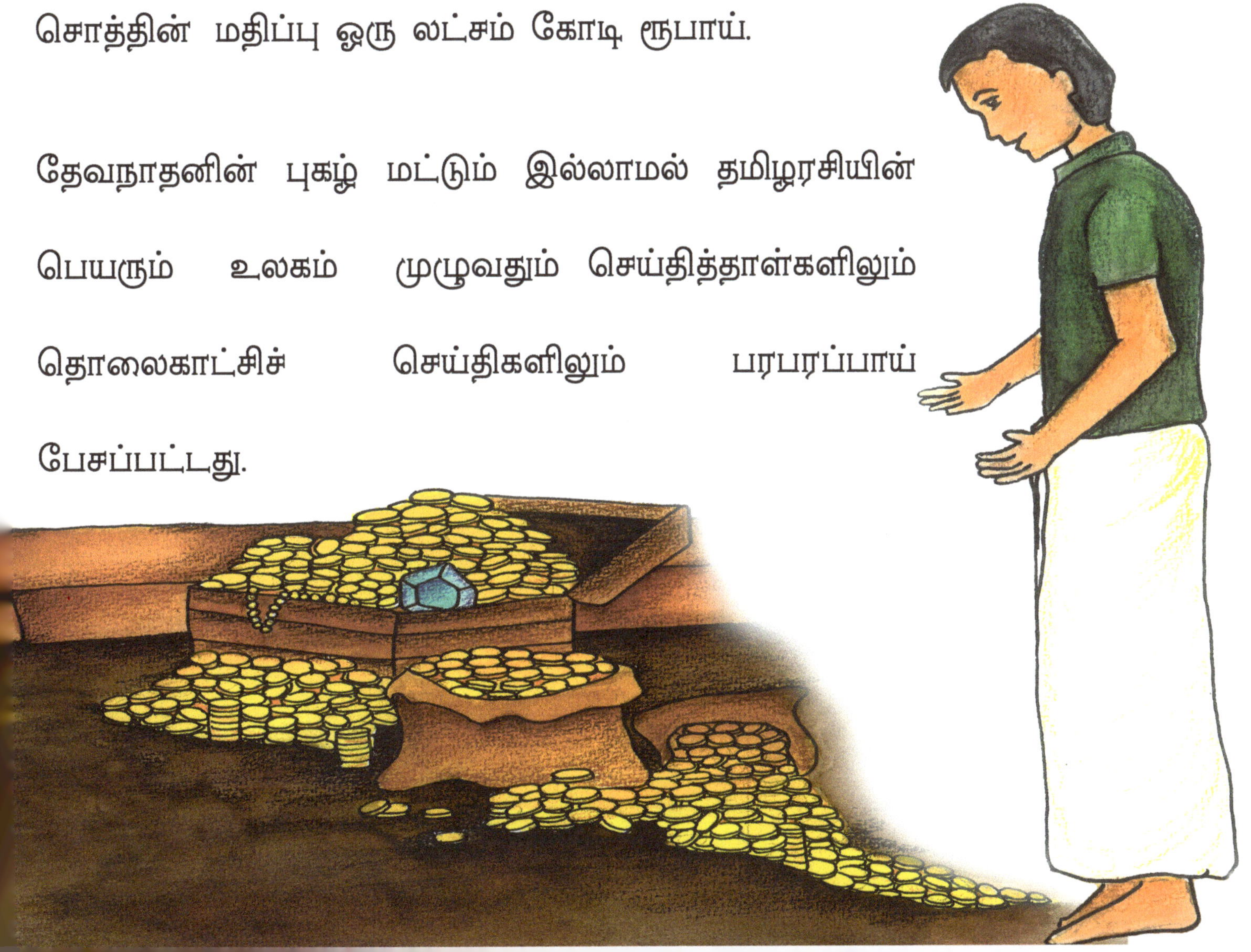

அடுத்து கும்பகோணம் அருகே உள்ள நல்லூர் சிவன் கோவிலுக்குச் சென்றார்கள். இங்கும் ஒரு ரகசிய அறை இருப்பதாகத் தகவல். ஆனால், இந்தத் தேடலில் தமிழரசியும் ஆய்வாளர் குழுவுடன் சென்றாள். அவள் நல்லூர் சிவன் கோவிலைப் பற்றிய தகவல்களைப் படித்துத் தெரிந்து கொண்டாள்.

இக் கோவிலின் சிறப்பு என்னவென்றால் இது 1300 ஆண்டுகள் பழமையானது. இக் கோவிலின் சிவலிங்கம் ஒரே நாளில் ஐந்து முறை நிறம் மாறுமாம். அடேங்கப்பா! என்ன அதிசயம் இது!

நல்லூர் கோவிலை அடைந்த பின் எல்லோரும் அந்த ரகசிய அறையைத் தேடத் தொடங்கினார்கள். எல்லோரும் இதுவும் குகையாகத் தான் இருக்க வேண்டும் என்ற நினைப்பில் தேடினார்கள். ஆனால் தமிழரசிக்கு வேறு எண்ணம் தோன்றியது. இது பெரிய கோவில் அளவுக்குப் புகழ் பெற்ற கோவிலாக இல்லாததால், கோவிலின் உள்ளே தான் இந்த அறை இருக்க வேண்டும் என்றாள்.

சிவலிங்கம் நிறம் மாறுவதற்கும், ரகசிய அறைக்கும் ஏதோ தொடர்பு இருக்க வேண்டும் என்று நினைத்துக் கருவறை அறைக்குள் செல்ல சிறப்பு அனுமதி பெற்றாள். அப்பொழுது சிவலிங்கம் பச்சை நிறத்தில் காணப்பட்டது.

ஒரு வேளை இந்த நிறம் ஒரு விதமான அறிகுறியாக இருக்குமோ என்று எண்ணி கருவறையில் உள்ள சுவர்களைக் கவனித்தாள். சிவலிங்கத்தின் பச்சை நிறம் ஒரு சுவரின் பளபளப்பில் நன்றாகத் தெரிந்தது.

அந்தச் சுவரில் உள்ள ஒரு சிற்பத்தின் வாயில் ஒரு சிறு சங்கலி தொங்கிக் கொண்டு இருந்தது. அதை இழுத்தாள்.

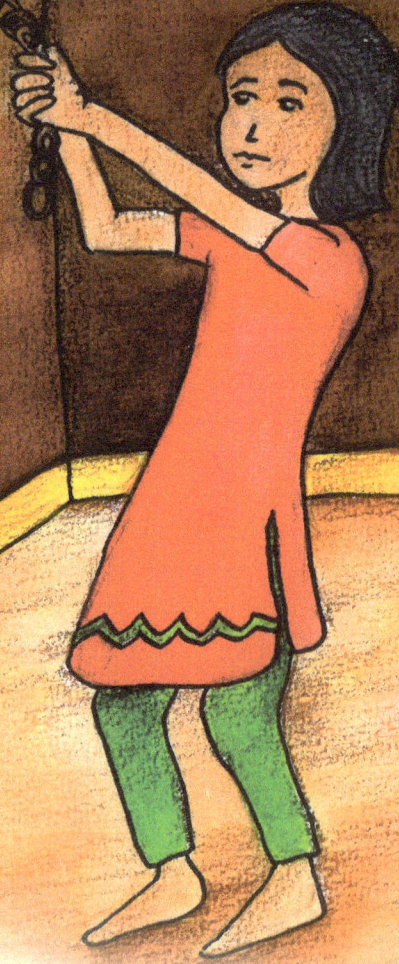

திடீரென்று, எதிர்ச் சுவர் திறந்தது. ஓர் அறை தெரிந்தது. அந்த அறையில் எதுவும் இல்லை ஆனால் தரையில் மணல் பரப்பி இருந்தது. அவள் ஆய்வுக் குழுவை கூப்பிட்டு மணலை எடுக்கச் சொன்னாள்.

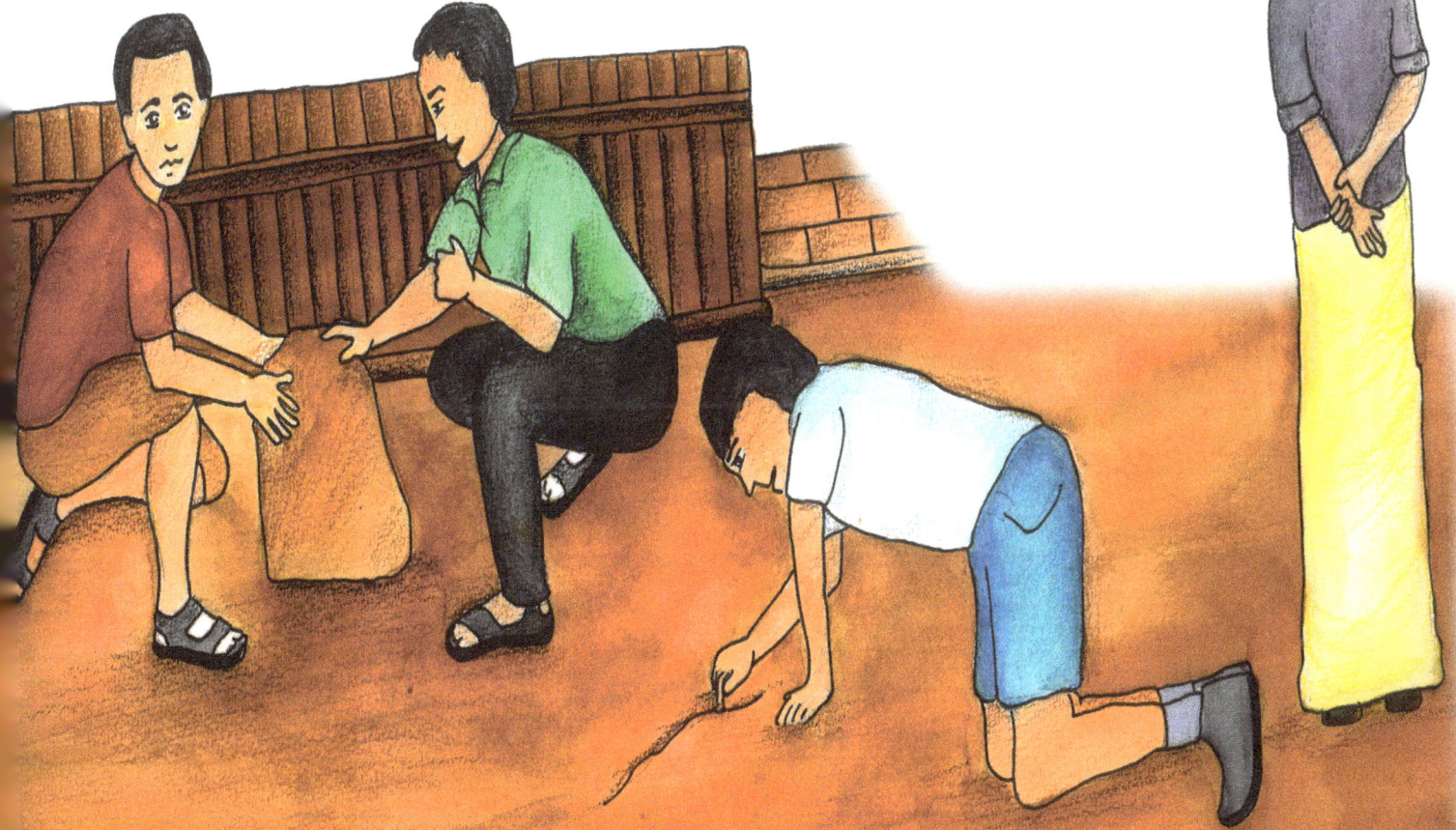

மணலுக்கு அடியில் இரு பாறாங்கற்களால் செய்த கதவுகள் போல் இருந்தது. அதைத் திறந்தார்கள். வெண்கலச் சிலைகள், விளக்குகள், ஓலைச் சுவடிகள், நிலப் பத்திரங்கள், விலை மதிப்பில்லாத பொருட்கள் போன்றவை இருந்தன.

"சுவடிகளில் என்ன எழுதி இருக்குமோ! எந்தக் காலகட்டத்தில் எழுதப்பட்டதோ!" என்று எண்ணி அனைத்தையும் அரசு அதிகாரிகளிடம் ஒப்படைத்ததால்.

தமிழரசியின் புகழ் இன்னும் ஓங்கியது. அவளின் பெற்றோர்களுக்கு அளவில்லா மகிழ்ச்சி

அடுத்து உலகப்புகழ் பெற்ற சிதம்பரம் கோவிலுக்குச் சென்றார்கள். சிதம்பரத்தில் என்னதான் ரகசியம்?

தமிழரசி செல்கிறாள் என்றாள் கண்டிப்பாக இன்னும் சில நாட்களில் உண்மை உலகத்துக்குத் தெரிய வரும். அதுவரை நாம் காத்திருப்போம். இந்தப் பயணம் தொடரும் !!

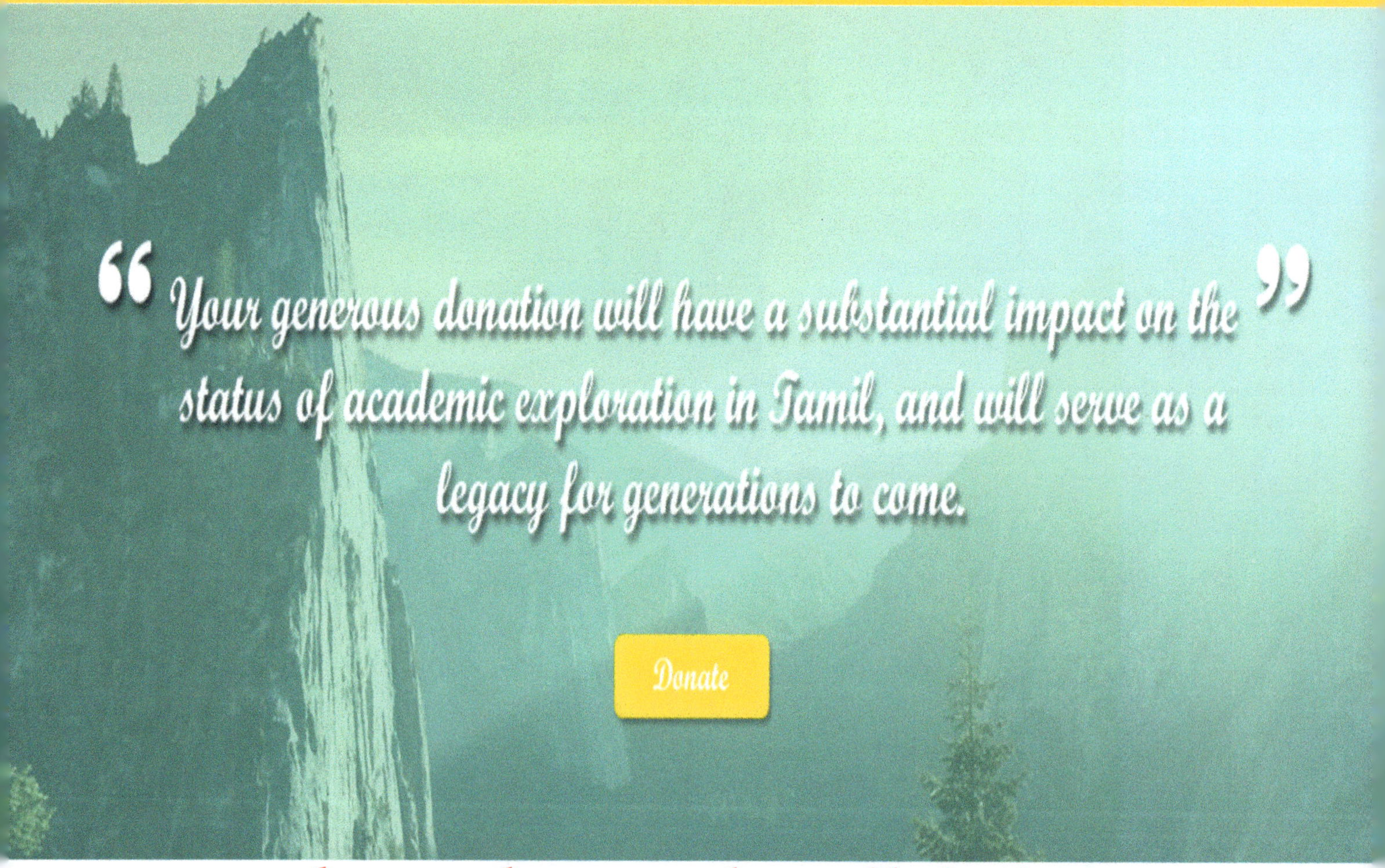

www.ingramcontent.com/pod-product-compliance
Lightning Source LLC
Chambersburg PA
CBHW040251100426
42811CB00011B/1222
* 9 7 8 0 9 9 8 4 2 8 2 0 8 *